கொலைக்களம்!

AF529619

கலைஞர் மு. கருணாநிதி

Title: Kolaikkalam

Author: M. Karunanidhi

Language: Tamil

First Published on: 1952

Year of Publication: 2024

Book Format: Paperback

*Page Size: 6inch * 9inch*

Category: Essays

Subject: Political Essays

No. of pages: 38

ISBN: 978-81-996450-3-5

Published by: Nilan Publishers, Madurai, Tamilnadu, India

Copyright © Nilan Publishers, 2024

பொருளடக்கம்

இன்பத்துளி!..4

கொலைக்களம்!..6

'அஸ்தி' கரையட்டும்!..10

பலியை நிறுத்துங்கள்!..16

விழலுக்கு நீர் இறைத்து...21

சோதனை!..25

வீரமுழக்கஞ் செய்திடுவீர்!...30

குறிப்புகளுக்காக

இன்பத்துளி!

காலம்! காலத்தின் கோலம்! எப்படி யெப்படியோ இருக்கிறது,மாறுகிறது, மாறிக் கொண்டே வருகிறது!

இரண்டாவது உலக மகா யுத்தம் முடிந்தது, உலக வாழ்வை உருமாற்றி விட்டு !

மீண்டும் யுத்தம்! யுத்த பேரிகை! மீண்டும் களம்! போர்க்களம்! கொலைக்களம்!

அமைதி - புயல் - வாழ்வு - சாவு, சமாதானம் - சண்டை - ஒற்றுமை - வேற்றுமை களிப்பு - கடுகடுப்பு - சாந்தம் - சமர்; மாறி மாறி வருகிறது, வாழ்வில்!

போர் ! போர்! உலகப் போர்! உலகை, உலக வாழ்வை, உருவை, தலை கீழ் மாற்றத் தில் கொண்டுவிடும் போர் - உலகப் போர்! கொலைக் களம்!

இந்த நிலையில் இரண்டு உலகப் போர் மூண்டு, முடிந்தன. மீண்டும் போர், மூன்றாம் போர், மூன்றாவது உலக யுத்தம் மூண்டநிலை, இன்று!

இந்த நிலை, நாடு மீண்டும் கொலைக்களம் ஆகிவிட்ட நிலை வரும், வந்தே தீரும் என்ற முன்னறிவிப்பை, கலைஞர் கருணாநிதி அவர்கள் தமது "முரசொலி" இதழில் 1948-ம் ஆண்டிலேயே அறிவித்துள்ளார்.

அந்த நிலையில் நமது நிலை, கடமை என்ன?

நமது இன்பத் திராவிடங் காண, நமது 'அஸ்திகளைக் கரைத்தாவது இனப் பலியை நிறுத்துங்கள்!' வீணில் 'விழலுக்கு நீர் இறைத்து ஓயாது, எந்தச் சோதனைக்கும் அஞ்சாது, நாட்டு விடுதலையில் நாட்டங் கொண்டு

வீரமுழக்கஞ் செய்வீர்' நாடு. கொலைக்களம் ஆகிவிடாது தடுக்க! கொலைக்களம் ஆனாலும் நாடு வாடாதிருக்க, என்ற கருத்துக் குவியல்களைத் திரட்டி தந்திருக்கிறோம்.

'கொலைக்களம்' கலைஞர் கருணாநிதியின் இன்பத் துளி! துளியைச் சுவையுங்கள்!

துன்பம் நீங்குங்கள்!

வணக்கம்,

மு. நமசிவாயம்
பண்ணையாளர்.

கொலைக்களம்!

இலட்சக் கணக்கான வீரர்களைப் பிணங்களாக்கி விட்டு - பச்சிளங் குழந்தைகள், பருவ மங்கையர் உயிர்களைப் பதை பதைக்கக் குடித்துவிட்டு-கோடிக்கணக்கான தாய்மார்கள் கோவெனக் கதற, அந்தக் குமுறல் கண்டு குறுஞ் சிரிப்புச் சிரித்துவிட்டு, விதவைகளை அதிகமாக்கி, அவர்கள் வேதனை கண்டு விலா நோக நகைத்து......முசோலினியின் இரும்பு நெஞ்சத்தைக் கீறி ருசி பார்த்து, ஹிட்லரின் வாழ்வை முடித்து, கோயரிங்குக்கு விஷக்கோப்பை யளித்து, அவன் சதையை விருந்தாக்கிக் கொண்டு, ஹிரோஷிமாவை வெறி நாக்குகளால் சுரண்டிச் சுவைத்து, இரத்தச் சேற்றிலே....... எலும்புகளைச் சொருகி விளையாடிய யுத்தப...... அமைதி யென்னும் திரை மறைவில் அதிக நாள் இருக்க முடியாமல், 'இதோ, வந்தேன் வந்தேன்' எனக் கோர கீதம் இசைக்கிறது.

மீண்டும் போரா? என உலகம் திடுக்கிடுகிறது. இந்தப் போரில் ஏற்பட்ட காயம் காய்வதற்குள்ளாகவா மீண்டும் ஒரு போர்? மண்டைப்புண் ஆறுவதற்கு முன் மற்றொரு போரா? சீரழிந்த வாழ்வு செப்பனிடப் படுவதற்குமுன் போர் முரசா?

'ஆமாம், போர்தான்,என்கிறார் ட்ரூமன்! அவரது பேச்சிலே அலட்சியம் சிந்துகிறது. மக்களின் வாழ்வு மாய்க்கப் படுவதைக் கண்டு மனக்கவலைப் படாத முதலாளித்துவ மாபு அவர்! 'உம்' என்றால் உலகத்தையே உலுக்கி விடத்தக்க, அணுகுண்டு தம்மிட மிருக்கிற தென்ற தருக்கு மிக்கோர் நாட்டுத் தலைவர்!

அணுகுண்டுக்குப் பதில் குண்டு எம்மிடமும் உண்டு என முரசொலிக்கிறது, ரஷ்யா!

ஆயுதச் சாலைகளை நிரப்பும் விஷயத்தில் அக்கரை செலுத்துகின்ற நாடுகள் போர் முகாம்களை அமைப்பது

பற்றித் திட்டம் தீட்டுகின்ற நாடுகள்....... வரும் யுத்த காண்டத்தில் நடுநிலைமையா?... நடுக்க நிலைமையா?..... என்று தீர்மானித்துக் கொள்ளாத நாடுகள்..... இதுதான் இன்றைய உலகம் !

அமெரிக்க டாங்கிகள் ரஷ்யாவுக்குச் செல்கின்றன.. அதைத் தடுக்க அவசர நடவடிக்கை என்ற செய்திகளைக் காணும் பொழுதும், அமெரிக்கா அணுகுண்டு தயாரிப்பில் அதிக மும்மரமாக ஈடுபட்டு முப்பது முதல் ஐந்நூறு அணுகுண்டுகள் வரை தயாரிக்க மூலப் பொருள்கள் இருக்கின்றன என்று கணக்கிட்டுச் சொல்லும் பொழுதும், அணுசக்தி சம்பந்தமாகச் சர்வ தேசக் கட்டுப்பாடு ஏற்படுவதை, அமெரிக்காவும் பிரிட்டனும் தடுக்கின்றன என்று ரஷ்யப் பிரதிநிதி கிராமிகோ கண்டித்துப் பேசியதோடு, அமெரிக்காவின் போக்கைக் கவனித்தால் உலகத்தில் சமாதானத்தை நிலைநாட்ட முடியாது என்று குறிப்பிட்டதையும் கூர்ந்து பார்க்கும் பொழுதும், கொரியாவில் சோவியத் மண்டலத்திலுள்ள சோவியத்- யு. எஸ். எல்லை நெடுக அகழிவெட்டி நிலையங்கள் அமைப்பதைக் கேள்விப்படும் பொழுதும், மால்டாவில் பெரிய அமெரிக்கக் கடற் படைத்தளமும், விமானத் தளமும் அமைக்க, அத் தீவை பிரிட்டன் அமெரிக்காவிடம் ஒப்படைத்து விட்டதை நியூயார்க், 'யுனைடெட் ஸ்டேட்ஸ் நியூஸ்' *(United States News)* என்ற பத்திரிகை கூறும் பொழுதும், யுத்தத்தைவிட அடிமை வாழ்வு மிக மோசம், எனத் தொழிலாளர் தோளில் நின்று கொண்டு, அமெரிக்க ஜனாதிபதி ட்ரூமன், விடுதலை விருத்தம் பாடும் பொழுதும், ஏற்கனவே உள்ள விமான பாதுகாப்புத் தளங்களை அழித்துவிட வேண்டாமென்றும், அவைகளை நல்ல நிலைமையில் வைத்துக் கொள்ளும் படிக்கும் டேனிஷ் சர்க்கார், உத்தரவு பிறப்பித்து, இராணுவத்தினரின் ஓய்வையும் ரத்து செய்து விட்ட அபாய அறிவிப்புச் சங்கநாதம் நம் காதில் விழும் பொழுதும், போர் மிக விரைவில் வந்துகொண் டிருக்கிறது என நம்பத்தான் வேண்டும்.

இந்தப் போர் முனையில் அமெரிக்காவும், பிரிட்டனும் தோளோடு தோள் சேர்ந்து, ரஷ்யாவைத் தொலைத்துவிடக் கங்கணம் கட்டும்.

ஹிட்லரிடம் எறிந்த ஈட்டியை இரத்தம் காய்வதற்குள் ரஷ்யா கையில் எடுக்க நேரிடும்.

நாசீசத்தை ஒழிக்க அன்று சேர்ந்து நின்ற பிரிட்டன் - அமெரிக்கா-ரஷ்யா ஆகிய மூன்று நாடு களும், இன்று பிரிந்து நின்று அமைதிக்குச்சமாதி கட்ட மீசையை முறுக்குகின்றன.

இம்சையை ஒழிக்க உபதேசித்த இயேசுநாதரின் பக்த கோடிகள் இரத்தக் கடலில் நீச்சல் விளையாட்டு நடத்த விரும்புகிறார்கள்!

சிரமறுத்தல் வேந்தனுக்குப் பொழுது போக்கு, நமக் கெல்லாம் உயிரின் வாதை.......என்ற அளவிலே, பாதுகாப்பில் பத்திரமாக அமர்ந்துகொண்டு......... 'படையெடுப்போம், பாரினை யழிப்போம்' என வீர உரையாற்றுகின்றார்கள் தலைவர்கள்.

சன்மார்க்க மதம் - சமரச சற்குண வழிகாட்டி- சர்வதேச சங்கம். இத்தனையு மிருந்தும் சமர்!

வெட்கமும் வேதனையும் கலந்த நிலைமை!

இந்தச் சங்கடத்தை முளையிலேயே கிள்ளவேண்டுமானால், ஸ்டாலின், ட்ரூமன், ஆட்லி சந்திப்பு நடை பெற வேண்டும். அல்லது ட்ரூமன் ஜனாதிபதி பீடத்திலிருந்து இறக்கப்பட வேண்டும். ஜார்ஜ் மார்ஷல் அமெரிக்க ராஜாங்கத்திலிருந்து வெளி யேற்றப்பட வேண்டும் என்கின்ற யோசனைகளைப் பலர் எச்சரித்துக் கூறுகிறார்கள்.

இரத்தவெறி பிடித்தலைபவர், இந்த யோசனை களுக்குச் செவி மடுக்கவே மாட்டார்கள்!

போர்! போர்! போர் வரத்தான் போகிறது!

எரிமலை குமுறுகிறது ! இன்னும் சற்று நேரத்தில்

நெருப்புக் குழம்பு வாரி வாரி இறைக்கப்படும் !

அப்போது இந்தியாவின் நிலை என்ன?

'பாக்கிஸ்தானுடன் பாதுகாப்பு ஒப்பந்தம் செய்து கொள்ளத் தயங்கமாட்டோம்' என்று பண்டித நேரு கூறுவது மட்டும் நம்மைப் பரவசப்படுத்தி விடாது.

இந்துஸ்தான் ஆட்சி போகும் போக்கைப் பார்த்தால், அமெரிக்கா, பிரிட்டன் ஆகிய நாடுகளை அணைத்துக் கொண்டு..... பலமில்லா விட்டாலும், ரஷ்யாவைப் பரிகாச மொழிகளால் எதிர்க்கும் நிலைமை ஏற்படலாம் என எண்ண வேண்டி யிருக்கிறது!

இந்துஸ்தான் சிறு குழந்தை, அவர்கள் அகராதிப் படி! தவழும் பருவங்கூட வரவில்லை! அதிலும் பல ஹீனமான சிசு!

சிசுஹத்தி செய்துவிட வேண்டாம் என்று எச் சரிக்கிறோம்; ஆட்சியாளர் திட்டம் திராவிடத்தையும் பாதிக்கும் என்ற கவலையோடு!

'அஸ்தி' கரையட்டும்!

குள்ளநரிக் குணம் படைத்த ஒரு வஞ்சகப் பார்ப்பனனால் கொலை செய்யப்பட்ட காந்தியாரின் 'அஸ்தி' கரைப்புச் சடங்கும் இந்துமத முறைப்படி, அநேக புண்ய (!) நதிகளில் நடைபெற்று விட்டது.

அண்ணல் காந்தியாரின் உடல் இவ்வளவு சீக்கிரத்தில் நெருப்பில் நொறுக்கப்பட்டு, 'அஸ்தி' கரைக்கும் நிலைமை ஏற்படும் என யாரும் எதிர் பார்க்கவில்லை.

அந்தக் காரியத்தை ஆரியம் செய்துவிட்டு, அந்த 'ஆனந்த சுதந்திரத்'தைக் கொண்டாட மிட்டாய்கள் வழங்கியதோடு நிற்காமல், காந்தியாரின் கொலையையும் தன் கொள்கைக்குச் சாதகமாக்கிக்கொண்டு, ஒரு கோரமான சுடுகாட்டைத் திராவிடத்தில் உண்டாக்க ஆயத்தம் செய்கிறது.

அந்த இடுகாட்டிற்கு அஸ்திவாரக்கல் நாட்டுவது போல, மித்திரன்-இந்து போன்ற ஆரிய ஏடுகள் விஷமப் பிரசாரம் செய்ய ஆரம்பித்திருக்கின்றன.

அந்தக் கல்நாட்டு விழாவைத் தோழர் பாஷ்யம் அய்யங்கார் நடத்தி யிருக்கிறார்!

காந்தியாரைக் கொன்றவன் ஒரு பார்ப்பனன் என்ற செய்தியைப் பத்திரிகைகள் மறைத்துள்ள நேரத்தில், திராவிடர் அதை அம்பலப்படுத்துகிறார்கள் என்பதுதான் அய்யங்காரின் இருதயத்திலே விழுந்த இடி ! இந்து-மித்திரன் பத்திரிகைகளுக்கு ஏற்பட்ட கிலி!

ஜவஹரைக் கொல்ல முயற்சித்தவன் யார் என்று தெரியாமல் இருக்கும்போதே -அவன் ஒரு முஸ்லீம் என்ற செய்தியைப் பிரசுரித்துப் பல இடங்களில் இந்து - முஸ்லீம் போராட்டத்தைத் தூண்டிவிட்டு, ஈரோடு போன்ற

இடங்களில் இலட்சக் கணக்கான ரூபாய் பொருள் சேதத்தை விளைவித்து விட்டு-இன்று உத்தமர் காந்தியாரின் உயிரைக் குடித்தவன் ஒரு ஊதாரிப் பார்ப்பனன் என்ற செய்தி, உறுதியான செய்தி வெளியாகிற பொழுது, ஆரியமே! நீ உறுமுவது ஏன் ?

ஐயோ! எங்கள் மானம் போகிறதே! ஒரு பிராம்மணன் கொலை செய்ததற்காக, எங்கள் கோத்திரத்தையே சந்தியில் இழுக்கிறீர்களே எனக் குய்யோ முறையோவென ஒப்பாரி வைக்கும் 'இந்து' பத்திரிகையாரே! முதலில் உமது நீலிக் கண்ணீரைத் துடையும் ! உமது வரலாற்றின் பழைய சுவடியைச் சற்று புரட்டிப் பாரும் !

இதோ பாரும்....எத்தனை சூரர்களின் உயிர், உம் வர்க்கத்தின், சூழ்ச்சியால் சூறையாடப்பட் டிருக்கிறது, என்பதை!.........

துப்பாக்கி ஏந்தாத காலத்திலே துளசிமணி மாலையையும், தர்ப்பையையும் காட்டி, எத்தனை தோள்வலி கொண்டோரின் வாழ்வைத் துளைத்திருக்கிறது, உமது இனம் !

களத்திலே காளையெனப் போரிட்டோ ரெல்லாம் உம்மினத்தவரின் கமண்டலத்திற்கு முன் கதியற்ற பிணமாயினரே! அவ்வளவு ஏன்?

நேற்றைய 'அற்பாயுசு' ஆட்சியில் கூட, ஆச்சாரியார் அவர்களின் கொடுமைக் கூர் அம்புகளால் இரண்டு திராவிடச் சிங்கங்கள் குத்துண்டு மடிந்தனவே!

சேலத்திலே கண்ணையும் காலையும் இழந்தவர்- உடையார் பாளையத்தில் உயிரினுமினிய மனைவி, மழலை பேசும் மக்கள் இவர்களைத் தனியே, தவிக்க விட்டு விட்டு, தணியாத சோகத்திற்கு ஆளாக விட்டு விட்டு அத்தான் - அத்தான் என அந்த அம்மை அழ, அப்பா-அப்பா என அவர் குழந்தை அழ, சித்திரவதைக்குள்ளான வேலாயுதம் - இவர்களெல்லாம் உம் மினத்தின் கொள்கையை எதிர்த்ததற் கல்லவா, இந்தப் பரிசு பெற்றார்கள்?

குடியேறிப் பிழைக்க வந்த உமது இனத்தின் கோரப் பற்கள் காந்தியாரையும் ருசி பார்த்துவிட்டு, அந்த இரத்த வெறி அடங்காமல் திராவிடரின் குரல் வளைக்கும் குறிவைக்கின்றனவே!

காந்தியாரைப் பார்ப்பனன் கொன்ற செய்தியை வைத்துக் கொண்டு பார்ப்பன துவேஷத்தைக் கிளப்புகிறார்கள் திராவிடர்! ஆகவே அரசியலார் அவர்கள் பக்கம் கண் திருப்ப வேண்டும் என ஆணையிடுகிறது, ஆரியம்!

உண்மையான செய்தியை வெளியிடுவது, ஆரிய அகராதிப்படி, துவேஷம்!

இந்த அகராதி இருக்கலாமா? இருக்க விடலாமா? என்பது திராவிடரைப் பார்த்து,நாம் கேட்கும் கேள்வி!

ஏ! ஆரிய ஏடே! காந்தியாரைத் தப்பித் தவறி ஒரு முஸ்லீம் கொன்றிருந்தால், இந்நேரம், இந்தியாவின் மண்ணை, இரத்த நிறமாக்கி இருப்பாயே! வங்காளக் கடலிலும்-அரபிக் கடலிலும் சவங்களை மிதக்க விட்டுப் பார்த்திருப்பாயே! அவ்வளவு வேகமாக உன் விஷமப் பிரச்சாரம் நடைபெற்றிருக்குமே!

அதை விடுத்து........ ' காந்தியாரைக் கொன்ற பிறகாவது, பார்ப்பனீயத்தை நம்பாதீர்கள், திராவிடரே!' என எச்சரிக்கை வழங்குகிறவர்கள் மீது "எறியுங்கள், சட்ட விரோத பாணத்தை" எனத் தூண்டுவது ஏன்?

வெள்ளாட்டின் விலாவை முறித்து, அதை விழுங்கிய வேங்கை - அடுத்த வேட்டைக்குத் தயாராவதற்கு முன், எதிரே வரும், மான், தன் குட்டிகளுக்கு எச்சரிக்கை செய்வது, 'வேங்கை - மான் குட்டி துவேஷ'த்தைக் கிளப்புவதாகும் என நினைத்துப் பேசாமலிருக்க முடி யுமா!

காந்தியார், உண்மைக்காகப் பாடுபட்டார். காந்தியாரைக் கொன்றவன், பார்ப்பனன் என்ற உண்மையை, நீ மறைத்தாய், ஏன்?

காந்தியார் அமைதியாகப் பாடுபட்டார். காந்தியாரின் சாம்பல் கரைவதற்கு முன்பே, நீ உன் சாணக்கிய வலையை வீசி அமைதியைக் குலைக்க எண்ணு கிறாயே, ஏன்?

"காந்தியார் பார்ப்பனனால் கொல்லப்படலாம்.... ஆனால் அதை வெளியிடுவது குற்றம் !" இதுதானே உன் முடிவு!

இது பத்திரிகை தர்மம் அல்லவே! செய்திகளை மறைக்காமல் வெளியிடுவதற்குப் பெயர்தானே, பத்திரிகை!

இனநலத்திற்குப் பாதகம் ஏற்படும்போது செய்தியில் கத்தரிக்கோல் வேலை நடத்துவது என்பதுதான் அகில இந்திய பத்திரிகாசிரியர் மாநாட்டு, இரகசியத் தீர்மானமா?

பார்ப்பனீயமே! உன் ஆதிக்கத்திற்கு அழிவுகாலம் என்ற அறிகுறி தென்பட்டதும் அண்ணல் காந்தி யாரை அழித்தாய்.

அவர் அஸ்தியைக் கரைக்கும் சடங்குகளில் வைபவங்களில், உன் கொள்கையை-உன் சாஸ்திர- சம்பிரதாயத்தை மீண்டும் நிலைநாட்டிக் கொண்டாய்!

புத்த மதத்தை ஒழிக்க, புத்தரைக் கடவுளாக்கியது போல் காந்தி கொள்கைகளைக் கருவறுக்க அவரையும் கடவுளாக்கக் கங்கணம் கட்டி விட்டாய்!

இப்பொழுது, உன்னுடைய ஒரே எதிரி, திராவிடர், திராவிட கழகத்தார்.

உன் காலடியில் கிடந்த,விபீஷணர்கள் கூட, உன் கோரச் செயலுக்குப் பிறகு கண்விழித்துப் பார்த்து, உன் சூழ்ச்சிகளைச் சுக்கு நூறாக்க எண்ணிவிட்டனர்!

நீ....பழைய வெங்கண்ணா வாழ்வு வாழவேண்டுமானால்; சாணக்கிய சாம்ராஜ்யம் சிருஷ்டிக்க வேண்டுமானால்; உன் இனத்தின் மேனி மெருகு கலையாமல் -குலையாமல், உல்லாசமாய்-உழைக்காத சமுதாய மாய் - உண்பதும், உறங்குவதுமே பிறவி யெடுத்த பயன் எனக்கொண்டு வாழ்க்கையை, அமைக்கவேண்டு மானால்; திராவிடரை, திராவிட இன உணர்ச்சியை, இன முழக்கத்தைத் தீர்த்துக் கட்டியாக வேண்டும்!

அதற்குத்தான் பாஷ்யம் அய்யங்கார் பாய்ச்சலும் இந்து பத்திரிகையின் சிந்தும்-மித்திரனின் மிரட்டலும் நடைபெறுகின்றன!

திராவிடரின் திட்டம் பார்ப்பனரை எதிர்ப்பதல்ல; ஒழிப்பதவுமல்ல ! பார்ப்பனீயத்தை எதிர்ப்பது; அழிப்பது தான்!

இதைத் தெரிந்து கொண்டும்-தெரியாத மொழி யில், தேசீயப் போர்வையில் துவேஷப் பிரச்சாரத் தைத் துவங்கி யிருக்கிறது ஆரியம்!

அஞ்சவில்லை, நாம்! ஈட்டியின் பாய்ச்சல் கண்டு இமை கொட்டியவன் கோழை என்று கூறும் பரம்பரையில் வந்தவர்கள் நாம்!

மீண்டும், ஒரு முறையல்ல, பலமுறை கூறுகிறோம்; 'காந்தியாரையே கொன்றது பார்ப்பனீயம்! திராவிடா! இனியாவது பார்ப்பனீயத்தை நம்பாதே!' என்று.

ஆரியப் பத்திரிகைகளின் ஆணையை அரசியலார், தலைமேற்கொண்டு திராவிடரின் மீது சீறிப் பாயலாம்!

அந்தச் சீற்றலும், பாய்ச்சலும் ஏற்படும் பொழுது சிந்தை கலங்கி, முதுகைத் திருப்புகிறவர்கள் அல்ல. திராவிடக் கழகத்தார்!

பார்ப்பனீயத்தின் கரத்திலிருந்து பாய்ந்த குண்டுகளுக்கு, மார்பைக் காட்டினார் காந்தியார்!

எங்கள் சட்டையைக் கிழித்துக்கொண்டு எங்கள் இருதயத்தையும் பிளக்கட்டும், ஆளவந்தாரின் 'குண்டுகள்' எனக் கூறுகிறோம், நாம்.

ஆளவந்தவரில், பிரதம அமைச்சர், திராவிடர், திராவிட இனத்தவர்! அவர் வீசும் குண்டு, திராவிடரின் மார்பில் பாயட்டும்!

சுட்டது திராவிடர் - 'ஆகவே இந்தச் சாவு, சுவை தருகிறது' எனச் சொல்லிச் சாவோம்.

ஆரியம் காந்தியாரைக் கொன்று அவர் "அஸ்தி " யைக் கரைத்தது!

இதோ, நாம்! ஆரியத்தின் விரோதிகள்! நம் 'அஸ்தியும், இரத்தக் கடலில் கரையட்டும்! மானத்தை இழந்த வாழ்வு இனியும் வேண்டாம்!

பலியை நிறுத்துங்கள்!

பக்தர் குழாம் நிறைந்திருந்தது. ஆண்டவன் சந்நிதியில் !

பயபக்தியோடு வணங்கினார்கள்! கன்னத்திலடித்துக் கொண்டனர்!

அர்ச்சனை செய்தனர்! அபிஷேகம் நடந்தது!

ஆனால் ஒருவராவது, "முரட்டுத்தனம் நிறைந்த ஆணின் எலும்பிலிருந்து மேன்மையான பெண்ணை ஆண்டவன் படைத்தார்" என்று பைபிலில் கூறியிருப் பதைப்போல, கரடும் முரடும் நிறைந்த ஒரு துண்டுக் கல்லைக் கடவுளாக்கிய சிற்பியைப் பற்றி நினைத்துக் கூடப் பார்க்கவில்லை!

கும்பல் கலைந்தது; ஆனால் அந்தப் பக்தர் மட்டும் ஆடிக்கொண் டிருந்தார்.

தன்னை மறந்து, உலகை மறந்து, ஆண்டவன் ஒருவரை மட்டும் நினைத்து ஆனந்தக் கூத்தாடிக்கொண் டிருந்தார்!

அவருடைய பால் மணம் மாறாத பச்சிளங் குழந்தை, சற்று தூரத்தில் நின்று தன் அப்பாவின் வினோதமான அந்த ஆட்டத்தை வேடிக்கையாகப் பார்த்துக்கொண் டிருந்தது!

கள்ளங்கபடமில்லாத முகம்! சிறு அளவில் திறந்து, 'பல்லில்லாத என்னைப் பார்' எனக் காட்டும் செவ் விதழ்கள்!

வெள்ளைக் கண்ணாடிக் குண்டில் அளந்து வட்ட மிட்டு கருப்பு மை தீட்டியதைப் போன்ற கண்கள்!

சோற்றில் மோரை ஊற்றும்போது ஓடிவிடாத படி, குழி அமைத்துக் காப்பதைப்போல, பொங்கும் அழகு வழிந்து ஓடிவிடாமல் இரு பக்கங்களிலும் குழிகள் அமைத்து ஏந்திப் பிடிக்கும் கன்னங்கள்!

தன் அப்பா ஆசையோடு தூக்கி உடலை உறுத்தாமல், அணைத்து முத்தந் தருவார் என்றெழுந்து, ஆசையோடு ஆடிக்கொண் டிருந்த அப்பாவை, பக்தரை நெருங்கிற்று! நெருங்கி, கால்களைத் தொட்டது!

மறுவிநாடி ஒடிந்த எலும்புகள். அறுந்த நரம்புகள், சிதறித் தெறித்த செவ்விதழ்கள், தோல், சதை, இரத்தக் குட்டையின் மத்தியிலே ஒரு சிறு மாமிசத் தீவு!

அன்பின் சின்னத்தைப் பலி வாங்கிய பக்தி என்ற அந்தப் பலி பீடம் செயலற்று நின்ற அந்தச் சிலையைப் பார்த்து ஒரு வெற்றிச் சிரிப்பு சிரித்தது!

பக்த கோராகும்பர் கதை தான் மேலே தீட்டி யுள்ளது!

அது காட்டுமிராண்டிக் காலம், புராணக் கதை, என்றெல்லாம் எண்ணி, ஒதுக்கிவிடலாம்!

ஆனால் நவயுகத்தில், நாகரிகத்தில் சிறந்திருக்கும் இந்தக் காலத்தில், உயிர்ப்பலி, ஓரளவு நின்றுவிட்டது ஆனால் வாழ்வு பலியிடப்படுகிறது!

அன்னை பாரத மாதாவின், சன்னிதானத்தில் பக்தர் கூட்டம் நிறைந்திருக்கிறது!

உடல் வணங்கி, மனம் உருகி, வணங்குகின்றனர்!

ஆனால் தேசீயத்தின் பேரால், வ.உ. சிதம்பரத்தின் வழிவந்த திருப்பூர்க்குமரன் சந்ததியாரான, திராவிட மக்கள் வாழ்க்கை பலியிடப்படுகிறது.

நவீன கோரா கும்பர்கள்! அவர்களுக்குப் பக்தி என்னும் போதையை ஏற்றும் புரோகிதர்கள், அந்தப் பலியைப் போற்றிப் புகழும் ஏடுகள் எண்ணற்றவையாக மலிந்து கிடக்கின்றன!

வகுப்புத்துவேஷம் என்ற தற்காப்பை அமைத்துக் கொண்டு சிலர் கட்டுப்பாடாக வேலை செய்து வருகின்றனர்.

பத்திரிகை பலமும், ஒரு சில பணக்காரர்களின் பக்கத்துணை தமக்கு இருக்கிறது, என்ற அகங்காரத்தால், மக்களை, உயிரும் உணர்ச்சியுமில்லாத சூதாட்டக் காய்களாக மதித்து இஷ்டம் போல் நகர்த்தி வைக்கின்றனர்.

அரசியல் நிர்ணய சபையிலிருந்து சென்னை சட்ட சபை வரை, தீர்மானங்கள், சூழ்ச்சிகள், இவைகளில் தீவிரமாக இறங்கி வேலை செய்து வருகின்றனர், ஒரு குறிப்பிட்ட வகுப்பார்.

முன்பொருநாள் தோழியர் துர்க்காபாய், கல்விச் சாலைகளில், வகுப்பு வேற்றுமை பாராட்டலாமா? எனக் கேட்டார், தேசீயத்தின் பேரில்தான்!

அம்மையாரைப் பாராட்டுகிறோம் !

சரஸ்வதி பொது உடமையாக இருக்கவேண்டும் என்பதை யாரும் எதிர்க்கக்கூடாதுதான் ஆனால் அம்மன் (சரஸ்வதி-படிப்பு) சந்நிதி பொது உடமை யாக இருக்க வேண்டும் என்பதில் அம்மையார் காட்டும் அக்கரை ஆண்டவன் சந்நிதிக்கும் ஏன் காட்டப்படக் கூடாது!

ஆறுகால படையலும், ஒரு வகுப்பார் உணவுக்கும், நித்தியப்பட்டினி மற்றொரு வகுப்பாருக்கும், நிரந்தரமாக இருந்து வருகிறதே !

அதை எதிர்க்க -மாற்ற, அம்மையாருக்கு, ஏன் மனம் வரவில்லை !

அவர்கள் இனப்பண்பின்படி, அர்ஜுனன், தான் மணந்த திரௌபதியை பங்கிட்டுக் கொடுத்தான் என்பது மட்டுமல்ல, தன்னையும் பலருக்குப் பங்கிட்டுக் கொடுத்தான் என்பதை நினைவுபடுத்த வேண்டியவர்களாக இருக்கிறோம்!

இப்போது ஒரு கூச்சல் எழும்பியுள்ளது: வட மொழிக்கு ஆக்கந் தேடும் வேலை !

ஒரு மொழி தேவையா? அல்லவா என்பதல்ல, பிரச்சினை.

அந்த மொழியைக் கற்க எத்தனை பேர் ஆசைப் படுகிறார்கள்?

ஆசைப்படுகிறவர்கள் எல்லாம் ஒரே வகுப்பாராக இருப்பானேன்?

உலகுக்கே, ஒரு பெருமொழியாக, கலைச் சொற்கள் நிறைந்த ஆங்கிலத்தையே, விலக்கி வைக்க வேண்டும் என்ற கிளர்ச்சி ஏற்படும் போது, இம்மொழிக்கு மட்டும் அக்கரை காட்டப் படுவானேன் ?

இறந்த மனிதர்களை, மதிப்பதுபோல, வழக்கமற்ற மொழியையும் மதிக்கிறோம்; ஆனால் புதைக்கப்படாமல் வெளியே, விட்டிருந்தால், துர்நாற்ற மெடுத்து விடும் என்று, நம் மக்களை எச்சரிக்கிறோம்!

பசியால் துடிப்பவனுக்கு, உணவு பரிமாறும் போது, சமத்துவத்தின் பேரால், அஜீரணத்தால் கஷ்டப்படுவோனுக்கும், அதில் பங்கு தரவேண்டும் என்று நினைப்பதில், அறிவுமில்லை; அர்த்தமுமில்லை!

நிலைமை தாழ்ந்த மக்களைக் கைதூக்கி விடுவதில் எல்லோரும் அக்கறை காட்டவேண்டும்; முக்கியமாக மந்திரிமார் கவனிக்க வேண்டும்.

நிலத்தை உழுது, வாணிபஞ் செய்து, இயந்திர சாலைகளில் இரவும் பகலும் உழைத்து நாட்டின் பொருள் வளர்ச்சியை, அதிகரித்துக்கொண்டே இருப் பவர்கள், இந்நாட்டின் பூர்வகுடிகளான, திராவிடர்கள் தான்! அவர்கள் உழைப்பின் பலன்தான் இன்று ஊராள்வோரின் ஊதியம் !

அவர்களின், நிலை தவறி வாழ்வதைத் திருத்த முயற்சிக்காமல் இருந்தால், 'எந்நன்றி கொன்றார்க்கும் உய்வுண்டாம்,

உய்வில்லை, செய்ந் நன்றி கொன்ற மகற்கு' என்ற குறள் ஒன்றையே எடுத்துக்காட்டு வதைத் தவிர வேறு வழியில்லை!

அரசாங்க மாளிகையிலே, 'பார்ப்பனர் ஒழிக' என்ற கோஷங் கிளம்பிற்று, என்று கேட்டவுடன், திராவிட இன மக்களின் இதயத் துடிப்பின் எதிரொலி, அங்கு மிருக்கிறது என அறிகிறோம்!

ஆனால் அதுவல்ல, நாம் கோருவது; பார்ப்பனர் ஒழிய வேண்டாம், இருக்கட்டும்!

பார்ப்பனர்கள் இருக்கட்டும்; நம்மிடம் இருக்கட்டும், நம்மைப் போலவே!

ஜாதி ஆசாரங்களிலே, ஆண்டவன் காரியங் களிலே, திருவிழாக்களிலே, நம் பண்டிகைகளிலே, முக்கியமாக இந்து சட்டத்திலே, ஆரிய ஆதிக்கம். வட மொழிச் செல்வாக்கு மறைய வேண்டும், அழிக்கப்பட வேண்டும்!

வெறுங் கூச்சலோடு மட்டும் அதை நிறுத்தி விடக் கூடாது; செயலாற்ற வேண்டும்!

இதைத்தான் நாம் இத்தனை ஆண்டுகளாகக் கூறி வருகிறோம்; நாடெங்கும், எடுத்துச் சொல்லியும் வருகிறோம்.

தேசீயத் தோழர்களும் இதனை உணரவேண்டும். வாரீர் தொண்டாற்ற எனத் தேசீயத் தோழர்களையும், தலைவர்களையும் அழைக்கிறோம், அன்பின் காரணமாக.

தேசீயம் என்ற பலி பீடத்தில் இன வளர்ச்சியைப் பலியிடாதீர்கள்.

அது பாதகமானது மட்டுமல்ல; பிற்காலத்தில் காட்டுமிராண்டித்தனம் என்று பழிக்கப்படக் கூடியதும் கூட!

பலியை நிறுத்துங்கள்/ இனப்பலியை நிறுத்துங்கள்!

விழலுக்கு நீர் இறைத்து...

"அடாடா! என்ன அழகு!....... சிற்பியின் சிந்தனையையும் சிதறடிக்கும் எழில் மண்டபம். அதிலிருந்து வண்ண விசித்திரங்கள்.... அப்பப்ப! கண்ணைப் பறித்துக்கொண்டு போயின!

அங்கே கிடந்த ஒரு மரகதக் கட்டிலில் தங்கச் சிலையோவென அவள் இருந்தாள்!

அவள் குளிர்ந்த பார்வையை முந்திக்கொண்டு, வெடித்த பானையோவென அரும்புப் பற்கள் தெரிய, குறுஞ் சிரிப்புடன் 'மதனனே, வா!' என்று குயில் குரலுடன், வீணையொலி யோவென, நெஞ்சம் கொள்ளை போக....அவள் அழைத்த அந்தப் பாங்கு அந்தக் கடைக் கண் பார்வை .. அப்படியே என்னைச் சொக்க வைத்தது!

மதுவுண்ட மனிதனான தப்பா, என் நிலை!....என் உள்ளத்திலே ஒரே உற்சாகம், துடிதுடிப்பு.... என் கால்கள் பரபரவென அடி எடுத்து வைத்தன!

கிட்ட நெருங்கி, கண்ணாடிக் கன்னத்தை என் கையால் தொட்டு..?' என்று ஒருவர் கூற, பக்கத்திலிருப்பவர் சுவாரஸ்யம் கொப்பளிக்க, முப்பத்திரண்டு பல்லும் தெரிய, "பின் என்ன?" என்று கேட்கும் பொழுது; பரிதாபத்துடன் சோகரசம் கலக்க, குரல் கம்ம, வேதனை விம்ம, "பின் என்ன! திடீரென விழித் துக் கொண்டேன்!" என்று மங்கையையும் மாளிகையை யும் வர்ணித்தவர் பதில் கூறுகிற 'பரிதாபத்திற்குரிய நிலையை ஒத்துவிட்டது, இன்றைய காங்கிரஸ் தோழர் களின் நிலை........

"உச்சிமீது வானிடிந்து வீழுகின்ற போதிலும்" என்ற பாட்டை ஆத்திரத்துடனும், "அச்சமில்லை" என்ற அடியை ஆங்காரமும், ஓங்காரமும் நிறைந்த குரலில், எழுப்பி,

முழக்கிய காங்கிரஸ் நண்பர்களின்... உண்மைத் தொண்டர்களின்....'வீரசுருதி' நாலரைக் கட்டையிலிருந்து, அரைக்கட்டையாகக் குறைந்துவிட்டது! குறைந்து போய்க் கொண்டு மிருக்கிறது!

காரணம்?

"அன்னிய ஏகாதிபத்தியச் சுரண்டலுக்கு இரை யாகாதே!" ஆங்கிலப் பிடியை அகற்ற ஓடிவா!" "பதவிப்பேய் பிடித்தலையும் சகோதரத் துரோகி ஒழிக!" என்றெல்லாம் சுதந்திரம் என்ற ஒரே நோக்கமுடன் பெருங்குரல் எழுப்பிய காங்கிரஸ் நண்பர்கள் நிலை, கனவிலே கட்டிளம் பெண்ணைக் கண்டு, அவள் மேனி மினுக்கு, ஒய்யாரக் கொண்டை, உள்ளங்கவர் உருவம் ஆகியவைகளில் லயித்துக் கிடந்துவிட்டு, கண்ணை விழித்துப் பார்க்கும்போது, எதுவுமே இல்லாததைக் கண்டு திகைக்கும் மனிதனை யொத்து இருக்கிறது!

எண்ணினர், தங்களிடம் 'சுயராஜ்யம் வந்ததும் "சுகராஜ்யம்' வந்துவிடும் என்று தலைவர்கள் கூறிய பொழுது, உண்மையில் நாமும், நாடும் எந்தவிதமான, கேடுபாடின்றி, எப்பொழுதும் சுகமுடன் வாழலா மென்று! ஆனால்..... !

வாழ்க்கையின் தொல்லைகளோ, பசி, பசி என்ற பதறலோ பறந்துவிடவில்லை. அதுமட்டுமல்ல! சுதந்திரம் வந்ததாகக் கூறியபின் எங்கும் பட்டினி, பசி, துன்பம், இல்லாமை, ஏழ்மை, பரிதவிப்பு இன்ன பிற இன்னல்களைக் காணும்பொழுது உள்ளபடியே நல்வாழ்வைக் கனவு கண்ட நண்பர்களின் உள்ளத்தின் ஒரு மூலையிலே "இதற்குத்தானா இத்தனை பாடு பட்டோம்?" என்ற எண்ணம் உதிப்பதில் ஆச்சரியமில்லை. இருக்கவும் முடியாது!

அத்துடன் இலட்சிய புருஷர்கள் தியாக வீரர்கள், நாட்டிற்காக உடல், பொருள், ஆவியையும் தத்தம் செய்பவர்கள் அடங்கிய ஏழைகள் இன்னலை ஒழிப்பதே கடமையாகக் கொண்ட நாட்டில், சாதி பேதம், சண்டாளத்தனம் இல்லாது

செய்வதென்பதே, இலட்சியமெனக் கூறிய காங்கிரஸ் ஓட்டை வண்டி யாக, உளுத்துப்போன உத்திரமாக இருப்பதைக் காண உள்ளபடியே அவர்கள் வருந்தத்தான் செய்வார்கள்.

"நாடாள வந்தோம், மக்களின் வாழ்வை நல்வாழ்வுப்படுத்த வந்தோம்" என்ற எண்ணம் நெஞ்சிலே இருப்பதற்குப் பதில் பதவி வெறியும், அதற்காக எல்லாவற்றையும் தத்தம் செய்து விட்டாவது பதவி மேடையைப் பெறவேண்டும் என்ற பேராசையுமே காங்கிரஸ் தலைவர்கள் என்று கூறப்படுவோரின் வாழ்க்கை இலட்சியமாகி விட்டது!

பிரகாசம் வீழ்ச்சிப்படலம் தொடங்கி, ஓமந்தூரார் ஆட்சிப் படலத்தை முடிவு கட்டும் முயற்சிப் படலம் வரையில், ஓரிரு ஆண்டுகளுக்குள் ஒரே கட்சிக்குள் பிளவுகள் - அதுமட்டுமல்ல, பெரிய பெரிய தகராறுகள், சண்டைகள் வளருமளவுக்கு, காங்கிரஸ் புராணத் தின் படலங்கள் ரசாபாசமாகி விட்டன!

"ஸ்ரீ வைத்தியநாத ஐயர் போன்றவர்கள் வகுப்பு உணர்ச்சியினாலும், வேறு சிலர் மந்திரிப் பதவி மோகத் தினாலும்.......... என்று சாட்சாத் சொக்கலிங்கம், 'தினசரி ஆசிரியர் அவர்கள் தீட்ட, சட்டசபையை நடாத்திச் செல்வோரைத் தேர்ந்தெடுக்கும் முறையை, 'வருடாந்திர ஏலம்' என்று 'பாரத தேவி' பரிகரிசப் பாட்டாகப் பாட, நாட்டிலுள்ளோர் நல்ல நாடகத் தைக் காணும்பொழுது, "அடுத்த கட்டம் என்ன ?" என்று ஆவல் ததும்புவதுபோல்- சர்க்கஸ் வித்தையில் கூடையை மூடியவுடன் மாங்காய் முளைத்ததா? என்ன மாங்காய்?" என்பதை அறியக் குனிந்து குனிந்து பார்க்கும் ஆசையுள்ளவனைப் போல 'இன்று என்ன செய்தி?' 'யாரப்பா மந்திரியாம்' என்று கேட்கும்— இல்லை, வேடிக்கை நிகழ்ச்சியாக எண்ணும்-அளவுக்கு நிலைமை ஏற்பட்டுவிட்டது.

இந்தச் சீர்கெட்ட நிலையை, சந்தி சிரிக்கும் நிலையை, தலைவர்களென்போரின் பதவி வேட்டையில் காணும்பொழுது 'இலட்சியம்' என்று கூறிக்கொண்டு உழைத்து உழைத்து அலுத்த காங்கிரஸ் தொண்டரின் உள்ளம் கஷ்டப்படத்தான் செய்யும். 'விழலுக்காக நீர் இறைத்தோம்' என்றும் வேதனைப்படத்தான் செய்யும்,

கட்சியின் அமைப்பே, முதலாளித்தத்துவச் சாக் கடையின் மூடியாக, ஏகாதிபத்தியத்தின் முரசாக இருக்கும்பொழுது, 'சந்தி சிரிக்கும் கட்டங்கள்' ஏற்படத்தானே செய்யும் ?

“ஒரு கட்சி அரசியல் ஆதிபத்தியம் பெறும் பொழுது, அக்கட்சியின் அடிப்பீடம் சரியில்லாவிட் டால் முதலாளிகளால், சுயநலமிகளால் சூழப்பட்டு அவர்கட்கே அடிமையாகிவிடும்." என்ற மார்க்ஸ் சித்தாந்தம் புரிந்த நாம், இந்த 'சந்திசிரிக்கும் கட் டத்தை' எதிர்பார்த்தவர்கள்தான்!

இதைக் காணும்பொழுது தலை தாழ்ந்து, சுருதி குறைந்து, வேதனைப்படும் காங்கிரஸ் தொண்டர்கள் தங்கள் 'காங்கிரஸ் பக்தி'யை ஒருபுறம் ஒதுக்கிச் சிந்தனைக்கு வேலை கொடுப்பார்களேயானால், காங்கிரஸ் பண மூட்டைகளின் சல்லாபக் கருவியாக, வடபாதி மங்கலம், நாடி முத்துக்களின் வாட்டந்தீர்க்கும் பூஞ் சோலையாக, வைத்தியநாத அய்யர்களின் வம்பு மட மாக இருப்பது நன்கு தெரியவரும்.

அப்போது உண்மையாகவே, அவர்கள் இதயங்கள் "விழலுக்கு நீரிறைத்து ஓயமாட்டோம்" என்ற வார்த்தைகளை வேதனை கீதமாக்கத் தொடங்கும்.

சோதனை!

ஏ! இந்திரனே ! எதிரிகளை ஒழிக்க வரம்தருவாய்!"

" அக்கினியே! சூத்திரர்களை சுட்டுச் சாம்பலாக்க எழுந்தருள்வாய்!"

அன்றொரு நாள் மாற்றாராம் திராவிடரை மாய்க்க, அழிக்க- ஒழிக்க, ஆரியம் போட்ட மனு!

வேதம், ஆகமம், புராணம், இதிகாசம் இன்ன பிறவற்றில் காணக்கிடைக்கும் கண் கண்ட வாசகங்கள் மேலே தீட்டப்பட்டவை!

அதே விண்ணப்பத்தை 'இந்து' சட்ட மூலம், 'மத நடுநிலைமை' மூலம் ஆங்கிலேயன் ஆண்ட காலத்திலே பெற்றுத் தன்னைக் காத்து வந்தது ஆரியம்.

அதே விண்ணபத்தை இன்று 'வகுப்புத் துவேஷம்' என்ற போர்வையில் பெற்று வருகிறது; மேலும் கேட்டுக்கொண்டே இருக்கிறது!

திராவிடர் தனியாக ஒரு படை அமைத்து அதற்குப் பயிற்சி அளித்து- சதிக்கூடங்கள், அமைத்துக் கொள்ளா விட்டாலுங்கூட பலாத்காரத்திலிறங்கி பயங்கரச் செயல் புரியாவிட்டாலுங் கூட-பகுத்தறிவுப் பிரச்சாரம் புயலெனச் சுற்றிச் சுழன்று செய்து வருவதைக் கண்டு, அவ்வப்போது அடக்குமுறைக் கணைகள் - 144 தடையுத்தரவுகள் - வாய்ப் பூட்டுக்கள் எழுதும் நூல்களுக்குத் தடை-பறிமுதல் - ஆசிரியர் மீது வழக்கு-நாடகங்களை நடிக்காதே-என்றெல்லாம் ஆர்ப்பாட்டம் செய்து....கணைகள் பல தொடுத்த வண் ணமே தான் உள்ளனர், இன்றைய காங்கிரஸ் சர்க்கார்!

ஆகாயத்தில் சின்னஞ்சிறார் கிளப்புகிற 'வெத்து வேட்டு,' இவையெனக் கூறினாலும் கொண்டாலும்.... இவை திராவிடர்க்கு ஒரு எச்சரிக்கை வெடி என்பதை நாம் மறைக்க விரும்பவில்லை !

சட்ட விரோத பாணங்களால் - திராவிடரின் பகுத்தறிவுப் பிரச்சாரத்தை தொடர்ந்து நடத்துவது என்ற நமது இலட்சியப் பாதை தடைபடுத்தப்படா விட்டாலும், ஆரியம் அதையும் துவங்கும் என எதிர் பார்க்கலாம் !

ஏனெனில் அதன் சுட்டுவிரல் அசைவிலே சுழலுகிற ஆட்சிதானே இங்கு நடக்கிறது?

"ஆரிய மாயை அகல வேண்டும், வேறென்ன வேண்டும்" என்ற பண் பாடியதற்காகக் கிடைக்கும் பரிசு ! இவையா?

தாங்க முடியாத அல்லல்களைத் தரைமட்டமாக்கத் தணியாத ஆர்வங்கொண்டு....திராவிடரே! தரணியாண்டோம் - தாழ்ந்தோம்

இன்று.... இனி வாழ்வோம்

வாழ்ந்தே தீருவோம் என்று எக்காளமிட்ட இளைஞர் களுக்கு இதுவா வெகுமதி!

சரிந்து போகும் சமுதாயமே ! சதிகாரர்களின் கோட்டை யாகிறதே, உன் நாடு !

சழக்கர்கள் உன் இன உணர்ச்சியை வேட்டை யாடுகிறார்களே!

சாய்ந்து போகாதே! நில்! நிமிர்ந்து நில் ! எனச் சங்கம் முழங்கிய இளஞ் சிங்கங்களுக்கு இதுதானா சன்மானம்?

இந்தக் கேள்விகளைக் கேட்டு திராவிடத்தைச் சுற்றியுள்ள கடல்கள் கொந்தளிக்கின்றன !

தென்றல் காற்று கூடச் சூடேறி வீசுகிறது !........ நிலவின் ஒளிகூட நெருப்பாகிக் கொட்டுகிறது! மூச்சு -பேச்சு- அனைத்தினிலுமே கனல் தெறிக்கிறது!

ஆளவந்தார்-ஆட்சிப் பீடத்திலே அமர்ந்துள்ளோர் உணர்ந்து பார்ப்பரா? ஆரியத்தின் பேச்சை, தூண்டு தலைக் கேட்டு அவசரப்பட்டு விட்டோம்; அடக்கு முறைக் கணைகள் தொடுத்து விட்டோம் என்பதை ஆலோசிப்பரா?

சூது ஏதுமறியாச் சூரர்களின் பணி மனைகளில் சோதனை!

அமைதியை ஆயுதமாகக் கொண்ட அன்புப்படை முகாம்களில் ஆராய்ச்சி !

பகுத்தறிவுத் தொண்டு செய்யும் பலாத்காரமற்ற பகுத்தறிவு வாதிகட்கு வாய்ப்பூட்டு !

உள்ளதை உரைத்திடும் நூல்கள் பறிமுதல்!

நாட்டு நடப்பைக் காட்டும் நல்லறிவு நாடகங் கட்குத் தடை!

தலைவர் ஆணையைத் தலைமேற்கொண்டு, வாளெடுக் கும் கையிருந்தும், துப்பாக்கி பிடிக்கத் துணிவிருந் தும், நினைத்த மாத்திரத்தில் ஆயிரமாயிரம் அணிவகுப் புகளை நிர்மூலமாக்கும் ஆண்மையுள்ள சந்ததியில் பிறந்திருந்தும்.... பொறுமை ! பொறுமையை ஆபரண மாகக் கொண்டுள்ள தோழர்கள் வீடுகளில் போலீஸ் தர்பார் !

சோதனை ஆராய்ச்சி ! நடைபெற வேண்டிய இடங்கள் சூழ்ச்சியறியா திராவிடர் நிலையங்களா? இல்லை!.... இல்லை!!........

வாய்ப்பூட்டு-பறிமுதல்! தடை-தர்பார் நடத்தப்பட வேண்டிய இடங்கள் இன எழுச்சிக்குப் பாடு படும் பகுத்தறிவுச் சிங்கங்களிடமா ? அல்லவே அல்ல!

அதோ! ஆரியத்தின் உள்ளம்! அந்த அநியாய உள் ளத்தைச் சோதனையிடுங்கள்! ஆராய்ச்சி செய்யுங்கள்!

அங்கே அகப்படும்-அகப்பட்டே தீரும், மக்களை பற்பல வகுப்புகளாகப் பிளக்கும் மதக் கோடரிகள்!

அங்கே கிடைக்கும் - கிடைத்தே தீரும், தீரத் திராவிடரின் மேல் எறியப்படும் வஞ்சக ஈட்டிகள்!

அதற்கெல்லாம் வாய்ப்பூட்டு போடுங்கள்! அவற்றை யெல்லாம் பறிமுதல் செய்யுங்கள்!

அதுமட்டுமா? அங்கே காண்பீர்கள். சமுதாயத்தை மோதவிட்டு.....சந்தர்ப்பபேத மேற்படுத்தி வைத்து....... சந்தோஷ மடைவதற்காகத் தயாரித்து இருக்கும் சதிக் கடிதங்கள்!

அதற்குத் தடை விதியுங்கள் - அங்கே நடந்தால் கூடத் தவறாகாதே- தர்பார்!

ஆட்சியாளரின் கவனம் செல்ல வேண்டிய சதிக் கிடங்கு அது- ஆரியம்- ஆரிய உள்ளம் !

பொச்சரிப்பும் பொறாமையும் நிரம்பியிருக்கும் வெடி மருந்துச்சாலை அது !

போலீசார் புகமுடியாத இடம் !.. உருத் தெரியாது,உட்பகை, உற்றார் உறவினரிடையே உண்டாக்கும் தத்துவம் ஓங்கியுள்ள இடம் !

சமயம் - சன்மார்க்கத்தின் பேரால் சாதி வெறி கிளப்பும் இடம் - அங்கே! அங்கே! ஆரியக் கோட்டையில்!

செங்கோலேந்தியவர்களின் சிந்தனை - சீற்றம் செல்ல வேண்டிய இடம்!

செந்தமிழைக் காக்க- தமிழரின் தன்மானத்தைப் பாதுகாக்க - பகுத்தறிவு பரவ-பசி-பிணி-பட்டினி - உயர்வு - தாழ்வு இல்லாத 'திரு இடம்' அமைக்க- சோதனை ! சோதனை நடத்துக, அங்கே! அவசியமாக ! ஏன், அவசரமாகவுங்கூட!

சோதனை! வாழ்விலே சோதனை ! வெற்றிக்குச் சோதனை!
வீரரே மருண்டிட வேண்டாம்-மயங்கவும் வேண்டாம்!
திராவிடம் வெல்க !

வீரமுழக்கஞ் செய்திடுவீர்!

இந்திய அரசியல் உலகிலே - குறிப்பாக ஆட்சிப் பீடத்திலுள்ளவர் உலவும் வட்டாரங்களிலே, பலம் பொருந்திய 'மத்திய சர்க்கார்!' தேவை என்ற குரல் சிலகாலமாகக் கிளம்புகிறது!

"மாகாணஉணர்ச்சி, பேதத்தை, பிளவை, வேற்றுமையை அதிகரிக்கச் செய்யும் நச்சுக் கொள்கை."

அந்தக் கொள்கை இந்தியாவில் பரவினால், இந்திய சமுதாயம், பலம் பொருந்திய அமைப்பாக இல்லாமல் சின்னாபின்னமாகச் சிதறிவிட வழிவகை செய்துவிடும்.

ஆகவே, தேச பக்தர்களே! தியாகிகளே! பாரத் மாதாவின் புத்திரர்களே! மாகாண உணர்ச்சியை வளர்க்காதீர்கள்! வளர்த்தாலும் தடைப்படுத்துங்கள்!

இந்த விதத்திலே, அரசியல் பண்டிதர், இந்தியா வின் முதல்வர் என்றெல்லாம் போற்றப்படும், பண்டித ஜவஹர்லால் அவர்கள் கோவையிலே, டில்லியிலே பேசினார் !

அன்பர் ஆச்சாரியாரோ, அந்த உணர்ச்சி இப் போது வேண்டாம் என்று இதோபதேசம் புரிகிறார்.

ஆகஸ்டில் சுதந்திர சூரியன் உதித்தான்! ஆண்டு களும் அனேகம் ஆகிவிடவில்லை! அதற்குள் இந்தப் பிரிவினை மனப்பான்மை கூடாதுதான் என்று விரிந்த மனப்பான்மையினர் (!) விவேக (!) சிந்தாமணி படிக்கின்றனர்!

பொருளாதார நிலை சரிந்துவிடும் போலிருக்கிறது. எங்குப் பார்த்தாலும், பசி! பட்டினி! பஞ்சம் என்ற கூக்குரலே! வேதனை விம்மல்களே !!

எல்லாருக்கும் உணவு, உடை வேண்டுமானால், மாகாண உணர்ச்சியை விட்டு, பலமிக்க மத்ய சர்க்கா ருக்கு பாடுபடுங்கள் என்பதாகச் 'சமத்துவத் தமிழன், கெட்டிக்கார நிதிமந்திரி' என்றெல்லாம் வசிஷ்டர் வாயால் ரிஷி(!) பட்டம் பெற்ற சண்முகம் செட்டியார் அடிக்கடி வலியுறுத்தி வருகிறார்!

ஏன் இவ்வளவு பேரும் அதிக அக்கரை கொண்டு மத்ய சர்க்காரைக் காப்பாற்றக் கச்சையை வரிந்து கட்டுகின்றனர்?

என்ன காரணத்தால், பாரத மாதாவைக் கிழக்கிலும், மேற்கிலும் பறிகொடுத்த பிறகும், பாரதமாதா. சேவை செய்கின்றனர்?

சுதந்திரம் வந்தது! வந்த சுதந்திரம் எந்த அளவுக்கு மக்களுக்குப் பயன்படுகிறது?

மத்யசர்க்காருக்கும் மாகாண சர்க்காருக்கும் உள்ள ஒத்துழைப்பு எவ்வளவு தூரம் உரம்பெற் றிருக்கிறது, என்று யோசித்தால் நமக்கு ஓரளவுக்கு உண்மை புரியாமலில்லை!

ஆந்திர மாகாணம் வேண்டுமென்ற கிளர்ச்சி!கர்னா டகம் கேட்கிறார்கள்! கேரளமும், தமிழ் நாடும் அப்படியே!

பீஹாரின் சில பகுதிகளை வங்காளம் கோருகிறது! பம்பாயில் சில பகுதிகளை, மகாராஷ்டிர மாக்கவேண்டு மென்ற கோரிக்கை நல்ல முறையில் வளர்ந்து வரு கிறது!

அஸ்ஸாம் மாகாண மக்கள் மத்ய சர்க்காரிடம் அதிருப்தி கொள்கின்றனர்! மாற்றாந்தாய்க் கொடு மையைவிட மகா கொடுமை புரிகிறது, மத்ய சர்க்கார் என்று அங்கலாய்க்கின்றனர்!

இந்த நிலைமையில் தான், மாகாணப் பிரிவினை உணர்ச்சி ஓங்கியுள்ள நேரத்தில்தான், நாம் ஒன்றிய திராவிடம்

கேட்கிறோம்! திராவிட நாட்டு அமைப்பைப் பற்றிப் பேசுகிறோம்; அங்கங்கள் எவை என்று கூறு கிறோம்!

நாம் கேட்கும் திராவிட நாட்டுப் பிரிவினைக்கும், மாகாணப் பிரிவினைக் கிளர்ச்சிக்கும் மகத்தான வேறு பாடு உண்டு !

நமது கொள்கைக்கு ஆதரவாகவே, பல பேராசிரியர்கள், பல அரசியல் வாதிகள், பொருளாதார வல்லு நர்கள், தென்னிந்திய பெடரேஷன் அவசியத்தைப் பற்றி வலியுறுத்துகின்றனர்.

பெயர் மாற்றமே ஒழிய கருத்து ஒன்றுதான்

இன்றைய நிலையில் தென்னிந்தியா பெடரேஷன், அதாவது திராவிடம் தனி நாடு அமைப்பது சாத்தி யமே! சாத்திய மட்டுமல்ல, அவசியமுங்கூட.

அப்போதுதான் தென்னிந்தியாவிலுள்ளபல அரிய பெரிய சாதனங்கள், தென்னிந்தியர்க்கே, திராவிட ருக்கே, பயன்பட வழியுண்டு, வகையுமுண்டு.

மூலப் பொருள்கள் பல முடங்கிக் கிடக்கின்றன ! ஆறுகள், வாய்க்கால்கள், பண்படுத்தப்படாமல், மின் சார வகைக்கு ஏற்ற வழியில் திருத்தப்படாமல் இருக்கின்றன. உணவுப் பொருள் விருத்தியும் தேங்கி விட்டது.

இவை யெல்லாம், வீணாக, கவனிப்பாரற்று, மத்ய சர்க்காரின் மாற்றாந்தாயின் கவனிப்பில் வாடும் நமது செல்வத்தை வளர்க்க, வளமாக்க திராவிடத் தனி நாடு (தென்னிந்திய பெடரேஷன்) தேவை! அவசரமும், அவசியமுமாகத் தேவை!

நாம் திராவிடம் கேட்கும் இந்த நேரத்தில் மொழி வாரி மாகாணப் பிரிவினை பற்றிப் பேசப்படுகிறது, ஆளவந்தாரால்!

மகிழ்ச்சிக்குரிய செய்திதான். ஆனால் அந்த முயற்சியால் என்ன நிரந்தரமான பலன் காணப்போகிறோம் என்பதுதான் பிரச்சினை!

மொழிவாரி மாகாணங்கள் அமைந்து விட்டால், ஓரளவிற்கு பிரிவினை உணர்ச்சியை மட்டுப்படுத்தி விடலாம் என்பதாக, அரசியல் சூதாடிகள் எண்ணலாம்; எண்ணி பலம்பொருந்திய மத்திய சர்க்காரை அமைத்து விடலாம் என்பதாகப் பெருமிதமும் அடையலாம்!

இந்த நிலையில் இன்னொரு திடீர்த் தாக்குதல் கிளம்புகிறது ஐக்யமாகாணத்திலிருந்து.

"மாகாண நிதி விஷயங்களில் மத்ய சர்க்கார் அளவு கடந்த ஆதிக்கம் செலுத்துகிறது. அதனால், மாகாணங்களுக்கு, வேண்டிய அளவிற்கு, தங்களைத் தாங்களே காப்பாற்றிக்கொள்ள வேண்டிய அளவிற்குக் கூட நிதி கிடைக்கவில்லை. பசையுள்ள பல வரிகளை, மாகாணங்களில் மத்திய சர்க்கார் வசூலித்துவிடும் வகையில் இந்திய அரசியல் தீட்டப்பட்டுள்ளது; இது நீதியாகாது; முறையுமாகாது; எல்லா மாகாணங்களும் ஒருங்கு கூடி ஆவன செய்ய முற்பட வேண்டும்" என்ற செய்திதான் அந்தத் திடீர்த் தாக்குதல்!

ஐக்கிய மாகாண அரசாங்கம் எல்லா மாகாணங் களையும், உதவிக்கழைத்திருக்கும் நிலையை நன்கு தெரிவித்திருக்கிறது!

உள்ளபடியே, இந்தச் செய்தி பலம் பொருந்திய, மத்ய சர்க்கார் கோரும் பிரகஸ்பதிகளுக்குப் பயத்தைக் கூட கொடுத்திருக்கலாம்! ஏனெனின், மாகாணங்கள் ஒன்றி, மத்ய சர்க்காரை மிரட்டினால், பிறகு பலம் பொருந்தியதாகவோ, எதேச்சாதிகாரமாகவோ, இருக்க முடியாது.

அதுமட்டுமல்ல, பலமற்ற ஐக்கிய இந்தியாவாக இருந்தால் தேசிய மொழியாக-ராஷ்டிர பாஷையாக- ஹிந்தி பாஷையோ, ஹிந்துஸ்தானியையோ, கொண்டு வர முடியாது. ஏன்?

நிதி விஷயமாக எதிர்க்கத் துணிந்துவிட்ட மாகாணங்கள், மொழிபற்றியும் தகராறு கிளப்பலாம் என்ற எண்ணமும் ஏற்படலாம்!

மேலும் இந்தியாவின் பல பகுதிகளிலும் ஓர் வித அதிருப்தியும் வளர்ந்து வருவதையும் காணலாம் மத்ய அரசாங்கத்தினர்மீது!

மத்ய சர்க்கார் பம்பாய் மாகாணப் பிரமுகர்களுடன் கூடிக் குலாவுவதும், அரசாங்க உத்தியோகங் கள் குறிப்பிட்ட சிலருக்கு வழங்கப்பட்ட அநீதியையும் நாம் அறிகிறோம்!

மத்ய சர்க்காருக்கும், மாகாண சர்க்காருக்கும் தவிர்க்க முடியாத பிளவு ஏற்பட்டு விடுவதையும் காண்கிறோம்; ஏற்படாத இடங்களிலும், பிளவு ஆரம்பிப்பதையும் காண்கிறோம்!

இவ்வாறு பல வழிகளிலும், மத்தியிலுள்ளவர்கள் தங்களைப் பலப்படுத்த முயற்சிப்பதும், மாகாணங்கள் தங்கள் தங்கள் உரிமைகளைப் பெறப் பாடுபடுவதையும் காணும் நமக்கு-தென்னாட்டுத் திராவிடர்களுக்கு நமது நாடு தனி நாடாக வேண்டும் என்பதில் கருத்து வேற் றுமை இருக்கக்கூடாது; இருந்தாலும் அதை அழித்து விட வேண்டும்!

நமது கிளர்ச்சியை, போராட்டத்தை அவமதிப்பவர்கள்,ஒன்று நம்மைப் பற்றி நன்கு அறியாதவர்க ளாக இருக்க வேண்டும். அல்லது அறிந்தும் குறும்புத் தனத்தில் இறங்கியவர்களாக இருக்க வேண்டும்.

பாக்கிஸ்தானில், பட்டாணிஸ்தான் வேண்டு மென முழக்கமிட்ட கபார்கானை ஆதரித்தவர்கள்; கீழ் வங்காளத்தில் வங்காள மொழி அரசியல் மொழியாக வேண்டும் என்பதை அழுத்தந் திருத்தமாகக் கூறிய தேசீயத் தோழர்கள், நமது கோரிக்கையை எதிர்க்கும் காரண மென்ன?

அவர்களது ஜொலிக்கும் வாழ்வு மங்கிவிடுமென்ற மன மருட்சியா?

அவர்களது எதேச்சாதிகாரம் குறைந்து விடும். குறைக்கப்பட்டு விடுமென்ற ஏக்கமா? துக்கமா?

அவர்களது அதிகார போதை, தெளிந்துவிடும், தெளிந்துதான் ஆகும்,ஆகவேண்டுமே என்ற அச்சமா? ஆயாசமா?

அல்லது என்றைக்குமே பொருளாதார முறை யிலும், மற்றெல்லா வகையிலும் செழுமையாக வாழ வசதியுள்ள தென்னிந்தியாவை - திராவிடத்தை - வட நாட்டுக்கு அடிமையாகவே, வடநாட்டின் சுரண்டல் காடாகவே வைத்திருக்க வேண்டுமென்ற ஏகாதிபத்திய மனப்பான்மையா?

ஏன்? அவர்கள் நமது வாழ்வு பூப்பதை மறுக்க வேண்டும்?

ஏன் நமது வாழ்க்கை வளம்பெறும் மார்க்கத்தைத் தடைசெய்ய வேண்டும்?

இந்திய பூபாகத்தை அடிமை கொண்டு, அதிகார வெறியில் ஆண்ட வெள்ளையனை விரட்டியதாகப் பெருமை பேசும் அன்பர்கள் அறிய வேண்டாமா?

ஆதிக்கமோ, ஆணவமோ, போலீசோ, பட்டாளங் களோ, பத்திரிகை பலமோ, நிரந்தரமானதல்ல, என் பதை அறிந்தும், ஏன் இந்தப் பிடிவாதம்?

ஆணவக்காரனின் பிடிவாதத்தை நொறுக்க, நமது மாகாணம் (திராவிட நாடு) பூரண சுதந்திரத்துடன் வாழ, தேவையில்லாத இந்தி நுழையாமலிருக்க, நமது செல்வத்தை நாம் அனுபவிக்க, பிர்லாவோ, பஜாஜோ, டாடாவோ, டால்மியாவோ தேசீயப் போர்வையில் வளர்க்கும் வடநாட்டு இரும்பு முதலாளித் தத்துவத்தை முறியடித்து, சமத்துவ வழி

வகுக்க, இன்பத் திராவிடம் பெற, 'நாமார்க்குங் குடியல்லோம்' 'திராவிடநாடு திராவிடர்க்கே!' என்று வீர முழக்கஞ் செய்யுங்கள்.

★ ★ ★

9 788199 645035

Printed at Repro India Ltd.